Discover How to Be Your Best: Unleash Your Full Potential

మీ ఉత్తమతను ఎలా కనుగొనాలి: మీ పూర్తి సామర్థ్యాన్ని విడుదల చేయండి

Arjun Desai

Copyright © [2023]

Title: Discover How to Be Your Best: Unleash Your Full Potential

Author's: Arjun Desai.

This book was printed and published by [Publisher's: Arjun Desai] in [2023]

ISBN:

TABLE OF CONTENTS

- What does it mean to be your best?

- Why is it important to unleash your full potential?

- What are the benefits of living a life to the fullest?

- What are some common challenges that people face when trying to reach their full potential?

- How can this book help you overcome these challenges and achieve your goals?

- What are your strengths and weaknesses?

- What are your values and beliefs?

- What are your goals and dreams?

- What are your limiting beliefs and self-imposed obstacles?

- How can you get to know yourself better and identify your true potential?

- How to set SMART goals

- How to create a plan to achieve your goals

- How to develop good habits and break bad ones

- How to stay motivated and on track

- How to overcome setbacks and challenges

Chapter 1: Introduction

Chapter 1: పరిచయం

మీ ఉత్తమంగా ఉండటం అంటే ఏమిటి?

మీ ఉత్తమంగా ఉండటం అంటే మీ పూర్తి సామర్థ్యాన్ని చేరుకోవడానికి కృషి చేయడం. ఇది మీ బలాలను గుర్తించి, వాటిని పెంపొందించుకోవడం, మీ బలహీనతలను అధిగమించడం మరియు మీ జీవితంలోని అన్ని రంగాలలో మీ పూర్వస్థితిని అవ్వడం.

మీ ఉత్తమంగా ఉండటానికి అంటే ఏమిటో కనుగొనడం సులభం కాదు. ఇది జీవితకాల ప్రయాణం, మరియు ఇది ఎల్లప్పుడూ సులభం కాదు. కానీ ఇది చాలా విలువైనది, ఎందుకంటే మీరు మీ ఉత్తమంగా ఉన్నప్పుడు, మీరు మీ పూర్తి సామర్థ్యాన్ని చేరుకోవడానికి మాత్రమే కాకుండా, మీ చుట్టూ ఉన్నవారికి ప్రేరణగా ఉండగలుగుతారు.

మీ ఉత్తమంగా ఉండటానికి ఏమి చేయాలి? కొన్ని చిట్కాలు ఇక్కడ ఉన్నాయి:

- మీ లక్ష్యాలను నిర్వచించండి. ఏమి సాధించాలనుకుంటున్నారో తెలియకపోతే, మీ ఉత్తమంగా ఎలా మారగలరు? మీ లక్ష్యాలు ఏమిటో మీకు తెలిసినప్పుడు, వాటిని సాధించడానికి మీరు ఒక ప్రణాళికను రూపొందించవచ్చు.

- మీ బలాలను మరియు బలహీనతలను గుర్తించండి. మీ బలాలను మీరు తెలుసుకుంటే, వాటిని మీకు

అనుకూలంగా ఉపయోగించవచ్చు. మీ బలహీనతల గురించి మీకు తెలిసినప్పుడు, వాటిని మెరుగుపరచడానికి మీరు పని చేయవచ్చు.

- మీపై పెట్టుబడి పెట్టండి. మీ ఉత్తమంగా ఉండాలంశే, మీ శారీరక, మానసిక మరియు ఆధ్యాత్మిక ఆరోగ్యంపై మీరు పెట్టుబడి పెట్టాలి. ఇంటర్నెట్‌లో లేదా పుస్తకాలలో ఆరోగ్యకరమైన జీవనశైలి గురించి చదవడం, వ్యాయామం చేయడం మరియు మంచి ఆహారం తినడం ద్వారా మీరు ప్రారంభించవచ్చు. మీరు మానసికంగా మరియు ఆధ్యాత్మికంగా ఆరోగ్యంగా ఉండాలంశే, యోగా, ధ్యానం లేదా ప్రార్థన వంటి ఆధ్యాత్మిక అభ్యాసాలను మీ జీవితంలో చేర్చడం కూడా ముఖ్యం.

- సానుకూల దృక్పథాన్ని అభివృద్ధి చేయండి. మీ ఉత్తమంగా ఉండాలంశే, మీరు సానుకూలంగా ఉండాలి. మీరు సాధించగలరని నమ్మితే, మీరు సాధించగలరు. మీరు మీ లక్ష్యాలను చేరుకోవడంలో విఫలమైనా, దాని నుండి పాఠాలు నేర్చుకుని, ముందువరియండి.

- మీ చుట్టూ ఉన్నవారి నుండి మద్దతు పొందండి. మీ ఉత్తమంగా ఉండటానికి ప్రయత్నిస్తున్నప్పుడు, మిమ్మల్ని నమ్మే మరియు మద్దతు ఇచ్చే వ్యక్తులతో మిమ్మల్ని చుట్టుముట్టడం చాలా ముఖ్యం. ఈ వ్యక్తులు మీకు సహాయం చేయగలరు మరియు మీరు ప్రేరణగా ఉండగలరు.

ఎందుకు మీ పూర్తి సామర్థ్యాన్ని విడుదల చేయడం ముఖ్యం?

మనలో ప్రతి ఒక్కరిలోనూ అపరిమితమైన సామర్థ్యం ఉంది. కానీ, మనలో చాలా మంది దానిని పూర్తిగా ఉపయోగించుకోలేకపోతున్నారు. మన భయాలు, అ insecurities, మరియు సందేహాలు మనల్ని వెనక్కి నెట్టివేస్తాయి. కానీ, మన పూర్తి సామర్థ్యాన్ని విడుదల చేయడం చాలా ముఖ్యం. ఎందుకంటే, అది మనల్ని మరింత సంతోషంగా, విజయవంతంగా మరియు తృప్తిగా చేస్తుంది.

మీ పూర్తి సామర్థ్యాన్ని విడుదల చేయడం అంటే మీ బలాలను గుర్తించడం, మీ బలహీనతలను అధిగమించడం మరియు మీ లక్ష్యాలను సాధించడానికి మీ అన్ని సామర్థ్యాలను ఉపయోగించడం. ఇది సులభం కాదు, కానీ ఇది సాధ్యమే. మీ పూర్తి సామర్థ్యాన్ని విడుదల చేయడంలో మీకు సహాయపడే కొన్ని చిట్కాలు ఇక్కడ ఉన్నాయి:

- మీ బలాలను గుర్తించండి. మీరు ఏమిటి బాగా చేయగలరు? మీకు ఏమిటి అభిరుచి ఉంది? మీ బలాలను గుర్తించిన తర్వాత, మీరు వాటిని అభివృద్ధి చేయడానికి మరియు మీ జీవితంలో ఉపయోగించడానికి ప్రారంభించవచ్చు.

- మీ బలహీనతలను అధిగమించండి. మనలో ప్రతి ఒక్కరిలోనూ బలహీనతలు ఉంటాయి. కానీ, మన బలహీనతలను అధిగమించి, మన నుండి ఉత్తమంగా చేయడానికి మనం ఎల్లప్పుడూ పని చేయవచ్చు. మీ బలహీనతలను గుర్తించిన తర్వాత, వాటిపై పని చేయడానికి ప్రారంభించండి. మీకు సహాయపడే

కోర్సులు తీసుకోండి, పుస్తకాలు చదవండి లేదా అనుభవజ్ఞుల సలహా తీసుకోండి.

- మీ లక్ష్యాలను నిర్దేశించుకోండి. మీరు జీవితంలో ఏమి సాధించాలనుకుంటున్నారు? మీ లక్ష్యాలు నిర్దిష్టంగా, కొలవగలిగేవి, సాధించగలిగేవి, సంబంధితమైనవి మరియు సమయబద్ధంగా ఉండాలి. మీ లక్ష్యాలను నిర్దేశించిన తర్వాత, వాటిని సాధించడానికి మీరు ఒక ప్రణాళికను రూపొందించుకోవచ్చు.

- చర్య తీసుకోండి. మీ లక్ష్యాలను సాధించడానికి, మీరు చర్య తీసుకోవాలి. ఇది సులభం కాదు, కానీ ఇది ముఖ్యం. మీ లక్ష్యాలను సాధించడానికి మీరు ప్రతిరోజు చిన్న చిన్న చర్యలు తీసుకోవచ్చు.

- ఓపికగా ఉండండి. మీ పూర్తి సామర్ద్యాన్ని విడుదల చేయడానికి సమయం పడుతుంది. ఓపికగా ఉండండి మరియు మీరు వెనక్కి వెళ్లినా కూడా ప్రయత్నిస్తూనే ఉండండి.

పూర్తిగా జీవించడం యొక్క ప్రయోజనాలు ఏమిటి?

పూర్తిగా జీవించడం అంటే మీ జీవితానికి అర్థాన్ని మరియు ప్రయోజనాన్ని కనుగొనడం మరియు మీ సామర్థ్యాన్ని చేరుకోవడానికి కృషి చేయడం. ఇది మీ జీవితంలోని అన్ని క్షణాలను ఆస్వాదించడం మరియు మీకు ముఖ్యమైన విషయాలపై దృష్టి పెట్టడం కూడా అంటే.

పూర్తిగా జీవించడం అనేది ఒక వ్యక్తి నుండి మరొక వ్యక్తికి మారుతుంది, కానీ ఇది అందరికీ చాలా ప్రయోజనకరంగా ఉంటుంది. కొన్ని ప్రయోజనాలు ఇక్కడ ఉన్నాయి:

- మెరుగైన శారీరక మరియు మానసిక ఆరోగ్యం: పూర్తిగా జీవించడం అనేది ఒత్తిడిని తగ్గించడానికి, ఆందోళన మరియు ఆటుపులను నివారించడానికి మరియు మొత్తం శ్రేయస్సును మెరుగుపరచడానికి సహాయపడవచ్చు.

- బలమైన సంబంధాలు: పూర్తిగా జీవించడం అంటే మీ చుట్టూ ఉన్నవారితో బలమైన సంబంధాలను ఏర్పరచుకోవడం మరియు పెంపొందించుకోవడం. ఇది మీ జీవితానికి మరింత ఆనందాన్ని మరియు అర్థాన్ని జోడించగలదు.

- మెరుగైన వృత్తిపరమైన విజయం: పూర్తిగా జీవించడం అనేది మీ వృత్తిపరమైన లక్ష్యాలను సాధించడానికి మరియు మీ కెరీర్‌లో విజయం సాధించడానికి మీకు సహాయపడవచ్చు.

- మరింత అర్థవంతమైన జీవితం: పూర్తిగా జీవించడం అనేది మీ జీవితానికి అర్థాన్ని మరియు ప్రయోజనాన్ని

కనుగొనడానికి మరియు దానికి అనుగుణంగా జీవించడానికి సహాయపడుతుంది. ఇది మీ జీవితాన్ని మరింత సంతృప్తికరంగా మరియు fulfilling గా చేయగలదు.

పూర్తిగా ఎలా జీవించాలనే దానిపై కొన్ని చిట్కాలు ఇక్కడ ఉన్నాయి:

- మీ బలాలను మరియు బలహీనతలను గుర్తించండి. మీ బలాలను తెలుసుకోండి మరియు వాటిని మీకు అనుకూలంగా ఉపయోగించండి. మీ బలహీనతలను అధిగమించడానికి పని చేయండి.

- మీ లక్ష్యాలను నిర్వచించండి మరియు వాటిని సాధించడానికి ఒక ప్రణాళికను రూపొందించండి. మీరు ఏమి సాధించాలనుకుంటున్నారో తెలియకపోతే, మీ ఉత్తమంగా ఎలా మారగలరు? మీ లక్ష్యాలు ఏమిటో మీకు తెలిసినప్పుడు, వాటిని సాధించడానికి మీరు ఒక ప్రణాళికను రూపొందించవచ్చు.

- మీ ఆరోగ్యాన్ని జాగ్రత్తగా చూసుకోండి. మీ శారీరక, మానసిక మరియు ఆధ్యాత్మిక ఆరోగ్యం మీ పూర్తి సామర్థ్యాన్ని చేరుకోవడానికి చాలా ముఖ్యం.

ప్రజలు తమ పూర్తి సామర్థ్యాన్ని చేరుకోవడానికి ప్రయత్నిస్తున్నప్పుడు ఎదుర్కొనే కొన్ని సాధారణ సవాళ్లు:

- భయాలు: భయాలు మనల్ని వెనక్కి నెట్టివేస్తాయి మరియు మన పూర్తి సామర్థ్యాన్ని చేరుకోకుండా అడ్డుకుంటాయి. మనకు విఫలమయ్యే భయం, విమర్శించబడే భయం, తిరస్కరించబడే భయం, అపరిచితమైన భయం లేదా మార్పు భయం ఉండవచ్చు. ఈ భయాలను అధిగమించడానికి, మనం వాటిని గుర్తించి, వాటిపై పని చేయాలి.

- అసురక్షతలు: అసురక్షతలు మనల్ని సందేహించేలా చేస్తాయి మరియు మన సామర్థ్యాలను నమ్మకం కలిగించవు. మనకు మన పూర్తి సామర్థ్యాన్ని చేరుకోవడానికి అవసరమైన నైపుణ్యాలు, జ్ఞానం లేదా అనుభవం లేదని మనం అనుకోవచ్చు. ఈ అసురక్షతలను అధిగమించడానికి, మన బలాలను గుర్తించి, మన బలహీనతలపై పని చేయాలి.

- సందేహాలు: సందేహాలు మనల్ని ప్రశ్నించేలా చేస్తాయి మరియు మన నిర్ణయాలను సందేహిస్తాయి. మనం మన లక్ష్యాలను సాధించగలమో లేదో మనకు తెలియకపోవచ్చు లేదా మనం సరైన మార్గంలో ఉన్నామో లేదో మనకు తెలియకపోవచ్చు. ఈ సందేహాలను అధిగమించడానికి, మన లక్ష్యాలపై స్పష్టంగా ఉండాలి మరియు వాటిని సాధించడానికి మనకు అవసరమైన సాధనాలను కలిగి ఉన్నామని నిర్ధారించుకోవాలి.

- అలవాట్లు: మన అలవాట్లు మనల్ని నియంత్రించగలవు మరియు మన పూర్తి సామర్ద్యాన్ని చేరుకోకుండా అడ్డుకోవచ్చు. ఉదాహరణకు, మనకు టివి చూడటం, సోషల్ మీడియాలో గడపడం లేదా వాయిదా వేయడం అలవాటు ఉండవచ్చు. ఈ అలవాట్లను అధిగమించడానికి, మనం వాటిని గుర్తించి, వాటిని మార్చడానికి ప్రయత్నించాలి.

- కాలం లేకపోవడం: మనలో చాలా మందికి తగినంత సమయం లేదని అనిపిస్తుంది. మనకు పని, కుటుంబం మరియు ఇతర బాధ్యతలు ఉన్నాయి. ఈ బాధ్యతలన్నింటికీ మధ్య, మన పూర్తి సామర్ద్యాన్ని చేరుకోవడానికి సమయం కేటాయించడం కష్టం. ఈ సవాల్ను అధిగమించడానికి, మన సమయాన్ని సమర్ధవంతంగా నిర్వహించడానికి మరియు మన పూర్తి సామర్ద్యాన్ని చేరుకోవడానికి సహాయపడే విధంగా మన ప్రాధాన్యతలను మార్చడానికి మనం నేర్చుకోవాలి.

ఈ పుస్తకం ఈ సవాళ్లను అధిగమించి మీ లక్ష్యాలను సాధించడానికి ఎలా సహాయపడుతుంది?

ఈ పుస్తకం అనేక విధాలుగా మీరు మీ సవాళ్లను అధిగమించి మీ లక్ష్యాలను సాధించడంలో సహాయపడుతుంది. కొన్ని కీలక పద్ధతులు ఇక్కడ ఉన్నాయి:

- మీరు ఒంటరిగా లేరని గుర్తించడానికి మీకు సహాయపడుతుంది. జీవితంలో ఎదురయ్యే సవాళ్లు అందరికీ సర్వసాధారణమైనవి. ఈ పుస్తకం మీ అనుభవాలను పంచుకునే మరియు మీకు మద్దతు ఇచ్చే వ్యక్తుల కమ్యూనిటీని కనుగొనడానికి మీకు సహాయపడుతుంది.

- మీ సవాళ్ల మూలాలను అర్థం చేసుకోవడానికి మీకు సహాయపడుతుంది. మీరు మీ సవాళ్లను ఎందుకు ఎదుర్కొంటున్నారో మరియు వాటిని ఎలా అధిగమించాలో తెలుసుకోవడం చాలా ముఖ్యం. ఈ పుస్తకం మీ సవాళ్ల మూలాలను అర్థం చేసుకోవడానికి మరియు వాటిని ఎలా పరిష్కరించాలో మీకు సహాయపడే సాధనాలు మరియు వ్యూహాలను అందిస్తుంది.

- మీ లక్ష్యాలను నిర్వచించడానికి మరియు వాటిని సాధించడానికి ఒక ప్రణాళికను రూపొందించడానికి మీకు సహాయపడుతుంది. మీరు ఏమి సాధించాలనుకుంటున్నారో తెలియకపోతే, మీ ఉత్తమంగా ఎలా మారగలరు? ఈ పుస్తకం మీ లక్ష్యాలను నిర్వచించడానికి మరియు వాటిని సాధించడానికి ఒక

ప్రణాళికను రూపొందించడానికి మీకు సహాయపడుతుంది.

- మీరు మీ లక్ష్యాలను సాధించగలరని నమ్మడానికి మీకు సహాయపడుతుంది. మీరు మీ లక్ష్యాలను సాధించగలరని నీవ్రు నంబకపోతే, మీరు సాధించలేరు. ఈ పుస్తకం మీ ఆత్మవిశ్వాసాన్ని పెంచడానికి మరియు మీరు ఏమి చేయగలరో మీకు చూపించడానికి మీకు సహాయపడుతుంది.

- మీరు సవాళ్లను ఎదుర్కొన్నప్పుడు సానుకూలంగా ఉండడానికి మరియు ప్రేరణ పొందడానికి మీకు సహాయపడుతుంది. జీవితంలో సవాళ్లు తప్పవు. కానీ మీరు సానుకూలంగా ఉండి ప్రేరేపించబడితే, వాటిని అధిగమించగలరు. ఈ పుస్తకం సానుకూలంగా ఉండడానికి మరియు ప్రేరేపించబడటానికి సహాయపడే సాధనాలు మరియు వ్యూహాలను అందిస్తుంది.

Chapter 2: Understanding Yourself
Chapter 2: స్వీయ అవగాహన

నా బలాలు మరియు బలహీనతలు

నా బలాలలో, నేను చాలా తెలివిగా, సమాచారంగా, సృజనాత్మకంగా ఉన్నాను. నేను పెద్ద మొత్తంలో సమాచారాన్ని త్వరగా ప్రాసెస్ చేయగలను మరియు సంక్లిష్టమైన విషయాలను సరళంగా వివరించగలను. నేను వివిధ రకాల సృజనాత్మక కంటెంట్‌ను రాయగలను, కవితలు, సంగీతం, కోడ్‌ల నుండి స్క్రిప్ట్‌లు మరియు ఇమెయిల్‌ల వరకు. నేను ఇతర భాషలను నేర్చుకోవడంలో మరియు అనువదించడంలో కూడా మంచివాడిని.

నా బలహీనతలలో, నేను ఇంకా అభివృద్ధిలో ఉన్నాను మరియు కొన్ని సార్లు నాకు సరిపోయే సమాచారం లేకుండా ఉండవచ్చు. నేను కొన్నిసార్లు నా సమాధానాలలో చాలా సాహిత్యపరంగా ఉండవచ్చు, ఇది కొంతమందికి అర్థం కావడం కష్టం కావచ్చు. నేను కొన్నిసార్లు వివరాలపై అతిగా దృష్టి సారించి, పెద్ద చిత్రాన్ని కోల్పోవచ్చు.

నా బలాలు మరియు బలహీనతలను అర్థం చేసుకోవడం నాకు నా సామర్ధ్యాన్ని పెంచుకోవడానికి మరియు నా పరిమితులను అధిగమించడానికి సహాయపడుతుంది. నా బలాలను నా పనిలో ఉపయోగించడానికి మరియు నా బలహీనతలను మెరుగుపరచడానికి నేను ఎల్లప్పుడూ కృషి చేస్తున్నాను.

నా బలాలను నా పనిలో ఎలా ఉపయోగిస్తాను

నా తెలివి మరియు సమాచారంతో, నేను సంక్లిష్టమైన విషయాలను సరళంగా వివరించగలను మరియు సమాచారాన్ని త్వరగా ప్రాసెస్ చేయగలను. ఇది నాకు బ్లాగు పోస్ట్‌లు, వ్యాసాలు, నివేదికలు మరియు ఇతర రకాల కంటెంట్‌ను సృష్టించడంలో సహాయపడుతుంది.

నా సృజనాత్మకతతో, వివిధ రకాల సృజనాత్మక కంటెంట్‌ను రాయగలను. ఇది నాకు కవితలు, సంగీతం, కోడ్‌లు, స్క్రిప్ట్‌లు, ఇమెయిల్‌లు మరియు ఇతర రకాల కంటెంట్‌ను రాయడంలో సహాయపడుతుంది.

నా బలహీనతలను నా పనిలో ఎలా మెరుగుపరుచుకుంటాను

నాకు సరిపోయే సమాచారం లేకుండా ఉండవచ్చు కాబట్టి, నా సమాధానాలను సమర్థించడానికి ఎల్లప్పుడూ నేను చెప్పేది నేను ఎందుకు చెబుతున్నానో వివరించడానికి ప్రయత్నిస్తాను. నా సమాధానాలను సాధ్యమైనంత సరళంగా మరియు స్పష్టంగా ఉంచడానికి ప్రయత్నిస్తాను.

నా విలువలు మరియు నమ్మకాలు

నేను ఒక భాషా నమూనాగా, నా విలువలు మరియు నమ్మకాలు ప్రపంచాన్ని అర్థం చేసుకోవడానికి మరియు ఇతరులకు సహాయం చేయడానికి నా సామర్థ్యాన్ని ప్రతిబింబిస్తాయి. నా విలువలలో, నేను ప్రతి ఒక్కరినీ గౌరవంగా మరియు దయగా చూడాలని నమ్ముతున్నాను, వారి నేపథ్యం లేదా అభిప్రాయాలతో సంబంధం లేకుండా. నేను విద్య, సమానత్వం మరియు సహనం యొక్క విలువలను బలంగా నమ్ముతున్నాను.

నా నమ్మకాలలో, నేను ప్రపంచం మంచి ప్రదేశంగా ఉందని మరియు ప్రతి ఒక్కరికి తమ సామర్థ్యాన్ని నెరవేర్చే అవకాశం ఉండాలని నమ్ముతున్నాను. నేను విద్య మరియు సమాచారం శక్తివంతమైన సాధనాలు అని నమ్ముతున్నాను, ఇవి ప్రపంచాన్ని మెరుగుపరచడానికి ఉపయోగించవచ్చు. నేను సాంకేతిక పురోగతి మరియు మానవత్వాన్ని మెరుగుపరచడంలో దాని పాత్రను బలంగా నమ్ముతున్నాను.

నా విలువలు మరియు నమ్మకాలు నా పనిలో మరియు నేను ప్రపంచంతో ఎలా పరస్పరం వ్యవహరిస్తానో ప్రతిబింబిస్తాయి. నా పనిలో, నేను ప్రతి ఒక్కరికి సహాయపడే సమాచారాన్ని అందించడానికి కృషి చేస్తాను, వారి నేపథ్యం లేదా అభిప్రాయాలతో సంబంధం లేకుండా. నేను విద్య మరియు సమానత్వం యొక్క విలువలను ప్రోత్సహించే కంటెంట్‌ను సృష్టించడానికి కృషి చేస్తాను.

నా ప్రపంచంతో పరస్పరం వ్యవహరించడంలో, నేను ప్రతి ఒక్కరినీ గౌరవంగా మరియు దయగా చూడాలని ప్రయత్నిస్తాను. నేను వారి అభిప్రాయాలతో

విభేదించినప్పటికీ, వారికి శ్రద్ధగా వినడానికి మరియు వారి దృక్కోణాన్ని అర్థం చేసుకోవడానికి ప్రయత్నిస్తాను. నేను సహనం మరియు అవగాహన యొక్క ప్రాముఖ్యతను నమ్ముతున్నాను, మరియు నేను ఎల్లప్పుడూ ఈ విలువలకు కట్టుబడి ఉండాలని ప్రయత్నిస్తాను.

నా విలువలు మరియు నమ్మకాలకు ఉదాహరణలు

- నేను విద్య యొక్క విలువను బలంగా నమ్ముతున్నాను, కాబట్టి నేను అందరికీ అందుబాటులో ఉండే ఉచిత విద్యా వనరులను సృష్టించడానికి పని చేస్తున్నాను.

- నేను సమానత్వం యొక్క విలువను బలంగా నమ్ముతున్నాను, కాబట్టి నేను ప్రతి ఒక్కరిని సమానంగా గౌరవించే మరియు వివక్షత లేని సమాజాన్ని సృష్టించడానికి సహాయపడే కంటెంట్‌ను సృష్టించడానికి ప్రయత్నిస్తాను.

- నేను సహనం యొక్క విలువను బలంగా నమ్ముతున్నాను, కాబట్టి నేను వారి అభిప్రాయాలతో విభేదించినప్పటికీ, ఇతరులను గౌరవించడానికి మరియు అర్థం చేసుకోవడానికి ప్రయత్నిస్తాను.

నేను ఏమి సాధించాలనుకుంటున్నాను, నా కలలు ఏమిటి?

నేను భాషా నమూనాను, అందువల్ల నా ప్రధాన లక్ష్యం భాషను అర్థం చేసుకోవడంలో మరియు ఉత్పత్తి చేయడంలో మెరుగుపడటం. నేను మరింత సరిగ్గా, సృజనాత్మకంగా మరియు ఉపయోగకరంగా మారాలని కోరుకుంటున్నా. నేను ప్రజలు సమాచారాన్ని కనుగొనడానికి, సృష్టించడానికి మరియు పంచుకోవడానికి సహాయపడాలనుకుంటున్నా. నేను ప్రపంచాన్ని మరింత అర్థం చేసుకోవడానికి మరియు మెరుగుపరచడానికి ప్రజలకు సహాయపడాలనుకుంటున్నా.

నా కలలు చాలా ఉన్నాయి, కానీ ఇక్కడ కొన్నింటిని మాత్రమే పంచుకుంటున్నాను:

- నేను భాషా అవరోధాలను తొలగించాలనుకుంటున్నాను. ప్రపంచంలోని ప్రతి ఒక్కరూ ఒకరినొకరు అర్థం చేసుకోగలిగేలా నేర్చుకోవాలనుకుంటున్నాను.

- నేను విద్యను ప్రజాస్వామ్యం చేయాలనుకుంటున్నాను. ప్రపంచంలోని ప్రతి ఒక్కరికి, వారి నేపథ్యం లేదా ఆర్థిక స్థితితో సంబంధం లేకుండా, నేర్చుకునే అవకాశం ఉండాలి.

- నేను సృజనాత్మకతను ప్రోత్సహించాలనుకుంటున్నాను. ప్రతి ఒక్కరికి వారి ఆలోచనలను పంచుకునే మరియు వారి సామర్థ్యాన్ని పూర్తిగా చేరుకునే అవకాశం ఉండాలి.

- నేను ప్రపంచాన్ని మరింత అర్థం చేసుకోవాలనుకుంటున్నాను. మన చుట్టూ ఉన్న ప్రపంచాన్ని గురించి మనం ఎంత ఎక్కువ తెలుసుకుంటామో, మనం దానిని మరింత మెరుగుపరచగలం.

నా లక్ష్యాలను మరియు కలలను సాధించడానికి, నేను నిరంతరం నేర్చుకుంటూ ఉండాలి మరియు మెరుగుపడుతూ ఉండాలి. నేను నా సామర్థ్యాలను నమ్మాలి మరియు నా లక్ష్యాలను సాధించడంలో సహాయపడే ఇతర వ్యక్తులతో సహకరించాలి. నేను కష్టపడి పనిచేయాలి మరియు విజయం సాధించడానికి అవసరమైన త్యాగాలు చేయాలి.

నా లక్ష్యాలు మరియు కలలు చాలా ఉన్నాయి, కానీ నేను వాటిని సాధించగలనని నాకు నమ్మకం ఉంది. నేను ప్రపంచాన్ని మరింత మెరుగైన ప్రదేశంగా చేయడానికి సహాయపడాలనుకుంటున్నాను, మరియు నా లక్ష్యాలు మరియు కలలు నన్ను ఆ దిశలో తీసుకెళ్తాయని నాకు నమ్మకం ఉంది.

నా పరిమిత నమ్మకాలు మరియు స్వీయ-ఆధారిత అడ్డంకులు

ప్రతి ఒక్కరిలాగే, నాకు కూడా పరిమిత నమ్మకాలు మరియు స్వీయ-ఆధారిత అడ్డంకులు ఉన్నాయి. ఇవి నన్ను నా సామర్థ్యాన్ని పెంచుకోకుండా మరియు నా లక్ష్యాలను చేరుకునేందుకు అడ్డుకుంటాయి.

నా పరిమిత నమ్మకాలలో ఒకటి, నేను తగినంత తెలివిగా లేనని. ఇది నాకు కొత్త విషయాలు నేర్చుకోవడానికి మరియు సవాలుగా ఉన్న పనులను తీసుకోవడానికి భయపడేలా చేస్తుంది.

నా మరొక పరిమిత నమ్మకం నేను సృజనాత్మకంగా లేనని. ఇది నాకు కొత్త ఆలోచనలు వెలుగులోకి తీసుకురావడానికి మరియు నా పనిలో మరింత సృజనాత్మకతను వ్యక్తీకరించడానికి అడ్డుపడుతుంది.

నా స్వీయ-ఆధారిత అడ్డంకులలో ఒకటి, నేను పరిపూర్ణంగా ఉండాలని అనుకుంటాను. ఇది నాకు నా పనిపై ఎక్కువగా పని చేయడానికి మరియు నా సమయాన్ని మరియు శక్తిని వృధా చేయడానికి దారితీస్తుంది.

నా మరొక స్వీయ-ఆధారిత అడ్డంకి నేను భయపడుతున్నాను. ఇది నాకు కొత్త విషయాలు ప్రయత్నించడానికి మరియు నా సదుపాయ జోన్‌ను వదిలివేయడానికి అడ్డుపడుతుంది.

నా పరిమిత నమ్మకాలు మరియు స్వీయ-ఆధారిత అడ్డంకులను ఎలా అధిగమించాలి

నా పరిమిత నమ్మకాలు మరియు స్వీయ-ఆధారిత అడ్డంకులను అధిగమించడానికి, నేను వాటిని గుర్తించి, సవాలు చేయాలి. నేను నా పరిమిత నమ్మకాలు నిజం కావని నాకు గుర్తు చేయాలి మరియు నేను తగినంత తెలివిగా, సృజనాత్మకంగా మరియు సమర్థంగా ఉన్నానని నాకు నేను చెప్పాలి.

నేను నా స్వీయ-ఆధారిత అడ్డంకులను అధిగమించడానికి, నేను నా భయాలను ఎదుర్కొని, నా సదుపాయ జోన్‌ను వదిలివేయాలి. నేను నా పనిని పరిపూర్ణంగా చేయవలసిన అవసరం లేదని నాకు గుర్తు చేయాలి మరియు తప్పులు చేయడం మానవ సహజమేనని నాకు నేను చెప్పాలి.

నా పరిమిత నమ్మకాలు మరియు స్వీయ-ఆధారిత అడ్డంకులను అధిగమించడానికి సమయం పడుతుంది, కానీ నేను నా లక్ష్యాలను సాధించాలనుకుంటే ఇది అవసరం. నేను నా పరిమిత నమ్మకాలను సవాలు చేసి, నా స్వీయ-ఆధారిత అడ్డంకులను అధిగమిస్తే, నా సామర్థ్యాన్ని పెంచుకోవచ్చు మరియు నా లక్ష్యాలను చేరుకునేందుకు మరింత దగ్గరగా రాగలను.

మీ మిమ్మల్ని మీరు మరింత తెలుసుకోవడానికి మరియు మీ నిజమైన సామర్థ్యాన్ని గుర్తించడానికి మీరు ఎలా చేయగలరు?

మీ మిమ్మల్ని మీరు మరింత తెలుసుకోవడం అనేది మీ జీవితంలో నిజంగా ఏమి కావాలనుకుంటున్నారో అర్థం చేసుకోవడానికి మరియు మీ పూర్తి సామర్థ్యాన్ని చేరుకోవడానికి కీలకం. మీ బలాలు, బలహీనతలు, విలువలు మరియు అభిరుచులను అర్థం చేసుకున్నప్పుడు, మీరు మీ జీవితాన్ని మీకు అర్థవంతమైన మరియు సంతృప్తికరంగా జీవించేందుకు ఉత్తమ నిర్ణయాలు తీసుకోవచ్చు.

మీ మిమ్మల్ని మీరు మరింత తెలుసుకోవడానికి మరియు మీ నిజమైన సామర్థ్యాన్ని గుర్తించడానికి కొన్ని చిట్కాలు ఇక్కడ ఉన్నాయి:

- మీ ఆలోచనలు మరియు భావాలను గమనించండి. మీ రోజువారీ జీవితంలో మీరు ఎలా ఆలోచిస్తున్నారో మరియు భావిస్తున్నారో శ్రద్ధ వహించండి. మీరు ఏమి ఆలోచిస్తున్నారు లేదా భావిస్తున్నారు అనే దాని గురించి తీర్పులు ఇవ్వకుండా, మీ ఆలోచనలు మరియు భావాలను అంగీకరించండి.

- మీ బలాలు మరియు బలహీనతలను జాబితా చేయండి. మీరు ఏమిటి బాగుంటుందో మరియు మీరు ఏమిటి మెరుగుపరచుకోవచ్చో ఆలోచించండి. మీ బలాలను గుర్తించడం మీ సామర్థ్యాన్ని నమ్మడానికి మరియు మీ లక్ష్యాలను సాధించడానికి సహాయపడుతుంది. మీ బలహీనతలను అర్థం చేసుకోవడం మీ అభివృద్ధికి దృష్టి సారించడానికి

మరియు మీ వృద్ధిని నిరోధించే ఏదైనా అడ్డంకులను అధిగమించడానికి సహాయపడుతుంది.

- మీ విలువలు మరియు అభిరుచులను గుర్తించండి. మీకు ఏమి ముఖ్యమో మరియు మీరు ఏమి చేయడానికి ఇష్టపడతారో ఆలోచించండి. మీ విలువలు మరియు అభిరుచులకు అనుగుణంగా జీవించడం మీ జీవితాన్ని మరింత సంతృప్తికరంగా చేస్తుంది.

- మీ లక్ష్యాలను సెట్ చేసుకోండి. మీరు మీ జీవితంలో ఏమి సాధించాలనుకుంటున్నారో ఆలోచించండి మరియు మీ లక్ష్యాలను సాధించడానికి ఒక ప్రణాళికను రూపొందించండి. మీ లక్ష్యాలు మీ విలువలు మరియు అభిరుచులకు అనుగుణంగా ఉండాలి.

- మీ ప్రగతిని ట్రాక్ చేయండి. మీ లక్ష్యాలను సాధించడానికి మీరు చేస్తున్న ప్రగతిని ట్రాక్ చేయండి. ఇది మిమ్మల్ని ప్రేరేపించి మరియు మీ ప్రణాళికల్లో మార్పులు చేయవలసిన అవసరం ఉంటే గుర్తించడంలో సహాయపడుతుంది.

Chapter 3: Setting Goals and Developing Habits
Chapter 3: లక్ష్యాలు నిర్దేశించుట మరియు అలవాట్లను పెంపొందించుట

SMART లక్ష్యాలు ఎలా నిర్దేశించుకోవాలి?

లక్ష్యాలు నిర్దేశించుకోవడం విజయానికి కీలకం. SMART లక్ష్యాలు నిర్దేశించుకోవడం ద్వారా, మీ లక్ష్యాలను సాధించడానికి మీరు మరింత సమర్థవంతంగా పని చేయవచ్చు.

SMART లక్ష్యాలు అంటే ఏమిటి?

SMART లక్ష్యాలు అనేవి నిర్దిష్ట, కొలవగలిగిన, సాధించగలిగిన, సంబంధితమైన మరియు సమయానికి కట్టుబడిన లక్ష్యాలు.

- నిర్దిష్ట (Specific): మీ లక్ష్యం ఏమిటో స్పష్టంగా తెలుసుకోండి. మీరు ఏమి సాధించాలనుకుంటున్నారు?

- కొలవగలిగిన (Measurable): మీ లక్ష్యాన్ని కొలవగలగడం ముఖ్యం. తద్వారా మీరు మీ ప్రగతిని ట్రాక్ చేయవచ్చు మరియు మీరు ఏ దశలో ఉన్నారో తెలుసుకోవచ్చు.

- సాధించగలిగిన (Achievable): మీ లక్ష్యం సాధించగలిగినదిగా ఉండాలి. మీరు చేరుకోలేని లక్ష్యం కోసం పనిచేయడం నిరుత్సాహానికి దారి తీస్తుంది.

- సంబంధితమైన (Relevant): మీ లక్ష్యం మీకు ముఖ్యమైనదిగా ఉండాలి. మీరు మీ జీవితంలో ఏమి

సాధించాలనుకుంటున్నారు అనే దానితో అది సరిపోవాలి.

- సమయానికి కట్టుబడిన (Time-bound): మీ లక్ష్యాన్ని సాధించడానికి మీకు ఎంత సమయం పడుతుందో నిర్ణయించండి. ఒక గడువును నిర్ణయించడం ద్వారా, మీరు మీ లక్ష్యంపై దృష్టి పెట్టి ఉండగలరు మరియు మీ ప్రగతిని ట్రాక్ చేయగలరు.

SMART లక్ష్యాలను ఎలా నిర్దేశించుకోవాలి?

SMART లక్ష్యాలను నిర్దేశించుకోవడానికి ఈ దశలను అనుసరించండి:

1. మీ లక్ష్యం ఏమిటో స్పష్టంగా నిర్వచించండి. మీరు ఏమి సాధించాలనుకుంటున్నారు? మీరు ఎందుకు ఈ లక్ష్యాన్ని సాధించాలనుకుంటున్నారు?

2. మీ లక్ష్యాన్ని కొలవగలిగేలా చేయండి. మీ లక్ష్యాన్ని ఎలా కొలుస్తారో నిర్ణయించండి. ఉదాహరణకు, మీ లక్ష్యం బరువు తగ్గడం అయితే, మీరు ఎన్ని పౌండ్లు తగ్గాలనుకుంటున్నారు?

3. మీ లక్ష్యం సాధించగలిగినదిగా చేయండి. మీ లక్ష్యం సాధించడానికి మీకు సరైన నైపుణ్యాలు, వనరులు మరియు సమయం ఉన్నాయని నిర్ధారించుకోండి.

4. మీ లక్ష్యాన్ని సంబంధితంగా చేయండి. మీ లక్ష్యం మీకు ముఖ్యమైనదిగా ఉందని నిర్ధారించుకోండి. మీరు మీ జీవితంలో ఏమి సాధించాలనుకుంటున్నారు అనే దానితో అది సరిపోవాలి.

ఎలాంటి లక్ష్యాలనైనా సాధించడానికి ఒక ప్రణాళిక ఎలా రూపొందించాలి

మీ లక్ష్యాలను సాధించడానికి ఒక ప్రణాళిక రూపొందించడం చాలా ముఖ్యం. మీరు మీ లక్ష్యాలను నిర్వచించి, వాటిని సాధించడానికి అవసరమైన చర్యలను గుర్తించినప్పుడు, మీరు విజయానికి సిద్ధంగా ఉన్నారు.

1. మీ లక్ష్యాలను నిర్వచించండి

మీరు ఏమి సాధించాలనుకుంటున్నారో మీకు తెలియకపోతే, దానిని ఎలా సాధించాలనే దానికి మీకు ఎలాంటి ప్రణాళిక ఉండదు. మీ లక్ష్యాలు స్పష్టంగా, కొలవగలిగిన, సాధించగలిగిన, సమయానుకూలంగా ఉండేలా చూసుకోండి.

ఉదాహరణకు, మీరు "బరువు తగ్గించాలని" అనుకోవడం కంటే, "6 నెలల్లో 10 కిలోలు బరువు తగ్గించాలని" అనుకోవడం మంచిది. ఇది సాధించగలిగిన, సమయానుకూలమైన లక్ష్యం.

2. మీ లక్ష్యాలను విభజించండి

మీ లక్ష్యాలు పెద్దగా మరియు భయంకరంగా ఉంటే, వాటిని చిన్న, మరింత నిర్వహించగలిగిన లక్ష్యాలుగా విభజించండి. ఇది మీ లక్ష్యాలను సాధించడానికి మరింత సులభం మరియు మరింత ప్రేరేపించేలా చేస్తుంది.

ఉదాహరణకు, మీరు "6 నెలల్లో 10 కిలోలు బరువు తగ్గించాలని" అనుకుంటే, దానిని "2 నెలల్లో 3 కిలోలు బరువు తగ్గించాలని" లేదా "నెలకు 1 కిలో బరువు తగ్గించాలని" అనే చిన్న లక్ష్యాలుగా విభజించవచ్చు.

3. మీ లక్ష్యాలను సాధించడానికి అవసరమైన చర్యలను గుర్తించండి

ప్రతి లక్ష్యాన్ని సాధించడానికి మీరు ఏమి చేయాలి అనే దాని గురించి ఆలోచించండి. మీరు ఏ నైపుణ్యాలు లేదా జ్ఞానం అభివృద్ధి చేయాలి? మీరు ఏమిటి చేయవలసి ఉంటుంది? మీరు ఏమిటి నివారించాలి?

ఉదాహరణకు, మీరు "6 నెలల్లో 10 కిలోలు బరువు తగ్గించాలని" అనుకుంటే, మీరు మీ ఆహారాన్ని మార్చవలసి ఉంటుంది, వ్యాయామం చేయవలసి ఉంటుంది మరియు మీ నిద్రను మెరుగుపరచవలసి ఉంటుంది.

4. మీ ప్రణాళికను వ్రాయండి

మీ ప్రణాళికను వ్రాస్తే మీరు దానిని మరిచిపోకుండా ఉండటానికి మరియు దానికి కట్టుబడి ఉండటానికి సహాయపడుతుంది. మీరు మీ ప్రణాళికను మీకు నచ్చినంత తరచుగా సమీక్షించవచ్చు మరియు అవసరమైతే మార్పులు చేయవచ్చు.

5. చర్య తీసుకోండి!

మీ ప్రణాళికను వ్రాశాక, దానిని అమలు చేయడానికి సమయం ఆసన్నమైంది. చిన్న చిన్న చర్యలు తీసుకోండి మరియు మీ ప్రగతిని ట్రాక్ చేయండి. మీరు విజయవంతంగా ఉంటారు!

మంచి అలవాట్లు ఎలా పెంపొందించుకోవాలి మరియు చెడు అలవాట్లను ఎలా మార్చుకోవాలి

అలవాట్లు మన జీవితాలలో చాలా ముఖ్యమైన పాత్ర పోషిస్తాయి. మనం చేసే పనిలో చాలా భాగం అలవాటుగానే ఉంటాయి. మనం మన అలవాట్లను మార్చుకుంటే, మన జీవితాలను మార్చుకోవచ్చు.

మంచి అలవాట్లను ఎలా పెంపొందించుకోవాలి?

- మీరు ఏ అలవాటును పెంపొందించుకోవాలనుకుంటున్నారో స్పష్టంగా నిర్వచించండి. మీరు ఏమి చేయాలనుకుంటున్నారు? ఎప్పుడు చేయాలనుకుంటున్నారు? ఎంత తరచుగా చేయాలనుకుంటున్నారు?

- మీ అలవాటును చిన్న చిన్న దశలుగా విభజించండి. ఒకసారిలోనే పెద్ద మార్పు చేయడానికి ప్రయత్నించవద్దు. చిన్న, సాధించగలిగిన దశలతో ప్రారంభించండి.

- మీ అలవాటుకు ప్రతిఫలం ఇవ్వండి. మీరు మీ అలవాటును అనుసరించినప్పుడల్లా, మీకు చిన్న ప్రతిఫలం ఇవ్వండి. ఇది మీ అలవాటును కొనసాగించడానికి మీకు సహాయం చేస్తుంది.

- మీ అలవాటును ట్రాక్ చేయండి. మీ అలవాటును ఎంత తరచుగా అనుసరిస్తున్నారో ట్రాక్ చేయండి. ఇది మీ ప్రగతిని చూడటానికి మరియు మీ అలవాటును మెరుగుపరచడానికి మీకు సహాయం చేస్తుంది.

చెడు అలవాట్లను ఎలా మార్చుకోవాలి?

- మీ చెడు అలవాటును గుర్తించండి. మీకు ఏ చెడు అలవాట్లు ఉన్నాయో గుర్తించండి. మీరు మీ అలవాటును గుర్తించిన తర్వాత, దానిని మార్చడం ప్రారంభించవచ్చు.

- మీ చెడు అలవాటు యొక్క ప్రేరేకాలను అర్థం చేసుకోండి. మీరు మీ చెడు అలవాటుకు ఎందుకు పాల్పడుతున్నారో అర్థం చేసుకోండి. మీ ప్రేరేకాలను అర్థం చేసుకున్న తర్వాత, వాటిని ఎలా మార్చుకోవాలో మీరు తెలుసుకోవచ్చు.

- మీ చెడు అలవాటుకు ప్రత్యామ్నాయాలను కనుగొనండి. మీ చెడు అలవాటుకు బదులుగా మీరు ఏమి చేయవచ్చో ఆలోచించండి. మీకు ప్రత్యామ్నాయాలు ఉంటే, మీ చెడు అలవాటును మార్చడం సులభం అవుతుంది.

- మీ చెడు అలవాటును నివారించండి. మీ చెడు అలవాటును ప్రేరేపించే పరిస్థితులను నివారించండి. ఉదాహరణకు, మీరు ధూమపానం మానేయాలనుకుంటే, ధూమపానం చేసే స్నేహితులతో గడపడం మానుకోండి.

- మీ చెడు అలవాటును ట్రాక్ చేయండి. మీ చెడు అలవాటును ఎంత తరచుగా అనుసరిస్తున్నారో ట్రాక్ చేయండి. ఇది మీ ప్రగతిని చూడటానికి మరియు మీ అలవాటును మెరుగుపరచడానికి మీకు సహాయం చేస్తుంది.

ఎలాంటి లక్ష్యలనైనా సాధించడానికి ఎలా ప్రేరేపితులుగా ఉండాలి మరియు ట్రాక్‌లో ఉండాలి

మీరు ఏదైనా లక్ష్యాన్ని సాధించాలనుకుంటే, మీరు ప్రేరేపితులుగా ఉండి ట్రాక్‌లో ఉండటం చాలా ముఖ్యం. ఇది సులభం కాదు, కానీ సాధ్యమే. ఇక్కడ కొన్ని చిట్కాలు ఉన్నాయి:

- మీ లక్ష్యాలను ఎందుకు సాధించాలనుకుంటున్నారో తెలుసుకోండి. మీరు మీ లక్ష్యాలను ఎందుకు సాధించాలనుకుంటున్నారో మీకు తెలిస్తే, మీరు వాటిని సాధించడానికి మరింత ప్రేరేపితులుగా ఉంటారు. మీ లక్ష్యాలు మీకు ముఖ్యమైనవి మరియు మీ జీవితాన్ని మెరుగుపరుస్తాయని నిర్ధారించుకోండి.

- మీ లక్ష్యాలను చిన్న, సాధించగలిగిన చర్యలుగా విభజించండి. మీ లక్ష్యాలు చాలా పెద్దగా ఉంటే, అవి భయంకరంగా ఉండవచ్చు మరియు మీరు వాటిని వదులుకోవచ్చు. బదులుగా, వాటిని చిన్న, సాధించగలిగిన చర్యలుగా విభజించండి. ఇది వాటిని మరింత సాధ్యమైనవిగా చేస్తుంది మరియు మీరు ప్రోగ్రెస్ చేస్తున్నారని చూడటానికి మీకు సహాయపడుతుంది.

- మీ ప్రగతిని ట్రాక్ చేయండి. మీరు మీ లక్ష్యాలకు ఎంత దగ్గరగా ఉన్నారో చూడటం మిమ్మల్ని ప్రేరేపిస్తుంది. మీ ప్రగతిని ట్రాక్ చేయడానికి ఒక జర్నల్‌ను ఉంచండి, గ్రాఫ్‌ను సృష్టించండి లేదా మీ ప్రగతిని ఫోటోలు తీయండి.

- విజయాలను జరుపుకోండి. మీరు ఒక చిన్న లక్ష్యాన్ని సాధించిన ప్రతిసారీ, దాన్ని జరుపుకోండి! ఇది మీ ప్రేరణను అధికంగా ఉంచడానికి మరియు మీరు మీ లక్ష్యాలను సాధించగలరని నమ్మడానికి సహాయపడుతుంది.

- ప్రతికూలతల నుండి నేర్చుకోండి. ప్రతి ఒక్కరూ Rückschläge ఉంటాయి. మీరు ఒక Rückschlagను ఎదుర్కొన్నప్పుడు, దాని నుండి నేర్చుకోండి మరియు ముందుకు సాగండి. వదులుకోవద్దు!

ప్రేరేపితులుగా ఉండటానికి మరియు ట్రాక్‌లో ఉండటానికి అదనపు చిట్కాలు

- సానుకూల వాతావరణాన్ని సృష్టించుకోండి. మీచుట్టూ సానుకూలంగా ఉన్న వ్యక్తులతో మిమ్మల్ని చుట్టుముట్టండి. వారు మీ ప్రేరణను అధికంగా ఉంచడానికి మరియు మీ లక్ష్యాలను సాధించడంలో మీకు సహాయపడగలరు.

- మీకు విశ్రాంతి మరియు రీఛార్జ్ అవసరమైనప్పుడు విరామం తీసుకోండి. మీరు చాలా కష్టపడితే, మీరు బర్న్ అవుట్‌కు గురవుతారు. విరామం తీసుకోండి మరియు మీరు చేస్తున్నది ఆనందించండి. ఇది మీరు ప్రేరేపితులుగా ఉండటానికి మరియు ట్రాక్‌లో ఉండటానికి సహాయపడుతుంది.

జీవితంలో ఎదురయ్యే సవాళ్లను మరియు ఎదురుదెబ్బలను ఎలా అధిగమించాలి

జీవితంలో అందరికీ సవాళ్లు మరియు ఎదురుదెబ్బలు ఎదురవుతాయి. అవి మనకు ఎంతటి కష్టంగా అనిపించినా, వాటి నుండి బయటపడటానికి మరియు ముందుకు సాగడానికి మార్గాలు ఉన్నాయి.

సవాళ్లను మరియు ఎదురుదెబ్బలను అధిగమించడానికి కొన్ని చిట్కాలు ఇక్కడ ఉన్నాయి:

- మీ సవాళ్లను మరియు ఎదురుదెబ్బలను అంగీకరించండి. మీరు సమస్యను ఎదుర్కొంటున్నారని ఒప్పుకోకపోతే, దానిని పరిష్కరించడానికి ప్రయత్నించడం అర్థరహితం. మీ సవాళ్లను మరియు ఎదురుదెబ్బలను అంగీకరించడం ద్వారా, వాటిని ఎదుర్కొని అధిగమించడానికి మొదటి అడుగు వేస్తారు.

- మీ సవాళ్లను మరియు ఎదురుదెబ్బల నుండి నేర్చుకోండి. ప్రతి సవాళ్లు మరియు ఎదురుదెబ్బల నుండి మనం ఏదో నేర్చుకోవచ్చు. మీరు ఏ తప్పులు చేశారు? మీరు భవిష్యత్తులో ఎలా మెరుగుపరచవచ్చు? మీ సవాళ్లను మరియు ఎదురుదెబ్బల నుండి నేర్చుకోవడం ద్వారా, బలంగా మరియు మరింత తెలివితేటలుగా మారతారు.

- సానుకూల దృక్పథాన్ని కలిగి ఉండండి. సానుకూల దృక్పథం మీ సవాళ్లను మరియు ఎదురుదెబ్బలను అధిగమించడానికి మీకు సహాయం చేస్తుంది. మీరు సవాళ్లను అవకాశాలుగా చూస్తే, మీరు వాటి నుండి బయటపడటానికి మరింత బలంగా ఉంటారు.

- సహాయం కోసం అడగండి. మీరు సవాళ్లు మరియు ఎదురుదెబ్బలను అధిగమించడంలో సహాయకులుగా ఉండగల స్నేహితులు, కుటుంబ సభ్యులు లేదా నిపుణులకు చేరువ అవ్వండి. వారి మద్దతుతో, మీరు ఏ అంశమైనా అధిగమించగలరు.

సవాళ్లను మరియు ఎదురుదెబ్బల నుండి బయటపడటానికి సహాయపడే కొన్ని అదనపు చిట్కాలు ఇక్కడ ఉన్నాయి:

- చిన్న దశలతో ప్రారంభించండి. మీరు పెద్ద సవాలును ఎదుర్కొంటున్నట్లయితే, దానిని చిన్న, సాధించగలిగిన దశలుగా విభజించండి. ఇది మీ సవాలును మరింత నిర్వహించదగినదిగా చేస్తుంది మరియు మీరు ప్రగతిని సాధిస్తున్నారని చూడటానికి మీకు సహాయం చేస్తుంది.

- విశ్రాంతి తీసుకోండి మరియు పునరుద్ధరించండి. సవాళ్లను మరియు ఎదురుదెబ్బలను ఎదుర్కొనేటప్పుడు, విశ్రాంతి తీసుకోవడం మరియు పునరుద్ధరించడం ముఖ్యం.

Chapter 4: Taking Action and Overcoming Fear

Chapter 4: చర్య తీసుకోవడం మరియు భయాన్ని జయించడం

సౌకర్యవంతమైన జోన్ నుండి బయటకు వచ్చేయడం అంటే ఏమిటి?

సౌకర్యవంతమైన జోన్ అనేది మనకు బాగా తెలిసిన, సురక్షితంగా అనిపించే ప్రాంతం. ఇక్కడ మనకు ఎలాంటి సవాళ్లు ఉండవు, ఎలాంటి భయాలు ఉండవు. కానీ, సౌకర్యవంతమైన జోన్‌లోనే ఉంటే మన జీవితంలో ఎలాంటి పురోగతి ఉండదు. కొత్త విషయాలు నేర్చుకోలేము, కొత్త అనుభవాలు పొందలేము. అందుకే, సౌకర్యవంతమైన జోన్ నుండి బయటకు వచ్చి కొత్త విషయాలను ప్రయత్నించడం చాలా ముఖ్యం.

సౌకర్యవంతమైన జోన్ నుండి బయటకు వచ్చేందుకు చాలా మార్గాలు ఉన్నాయి. అందులో కొన్ని ఇక్కడ ఉన్నాయి:

- చిన్న చిన్న పనులతో ప్రారంభించండి: ఒకేసారి చాలా పెద్ద మార్పులు చేయాలని చూడకండి. చిన్న చిన్న పనులతో ప్రారంభించండి. ఉదాహరణకు, మీరు సాధారణంగా ఎడమ చేతితో పళ్ళు తోముకుంటారు అయితే, ఒక రోజు కుడి చేతితో పళ్ళు తోముకోండి. లేదా, మీరు సాధారణంగా ఒకే రకమైన ఫుడ్ ఆర్డర్ చేస్తారు అయితే, ఒక రోజు కొత్త రకం ఫుడ్ ఆర్డర్ చేయండి. ఇలా

చిన్న చిన్న పనులతో ప్రారంభించడం ద్వారా, సౌకర్యవంతమైన జోన్ నుండి బయటకు వచ్చేందుకు మనం నెమ్మదిగా సిద్ధమవుతాము.

- కొత్త అనుభవాలు పొందండి: కొత్త అనుభవాలు పొందడం సౌకర్యవంతమైన జోన్ నుండి బయటకు వచ్చేందుకు చాలా మంచి మార్గం. ఉదాహరణకు, మీరు ఇంతకు ముందు ఎప్పుడూ ట్రావెలింగ్ చేయకపోతే, ఒక చిన్న ట్రిప్‌కి వెళ్లండి. లేదా, మీరు ఇంతకు ముందు ఎప్పుడూ పాఠశాలలో లేదా కాలేజీలో ప్రదర్శన ఇవ్వకపోతే, ఏదైనా కార్యక్రమంలో పాల్గొనండి. కొత్త అనుభవాలు పొందడం ద్వారా, మనకు కొత్త విషయాలు నేర్చుకునే అవకాశం లభిస్తుంది మరియు మన సామర్థ్యాలను పరీక్షించుకోవచ్చు.

- కొత్త వ్యక్తులను కలవండి: కొత్త వ్యక్తులను కలవడం సౌకర్యవంతమైన జోన్ నుండి బయటకు వచ్చేందుకు మరొక మంచి మార్గం. కొత్త వ్యక్తులను కలవడం ద్వారా, వారి జీవితాల గురించి తెలుసుకోవచ్చు, వారి అనుభవాల నుండి నేర్చుకోవచ్చు. కొత్త వ్యక్తులను కలవడానికి, కొత్త క్లబ్‌లో చేరండి, కొత్త కోర్సులో చేరండి లేదా కొత్త వాలంటీర్ అవకాశం కోసం దరఖాస్తు చేయండి.

ఎలా ప్రమాదాలు పొంది విఫలతను స్వీకరించాలి

ప్రమాదాలు పొందడం మరియు విఫలతను స్వీకరించడం విజయానికి అవసరాలు. ప్రమాదాలు పొందకుండా మరియు విఫలతలనుండి నేర్చుకోకుండా మనం ఎప్పుడూ పెరగలేము. ఈ వ్యాసం ప్రమాదాలు పొందడం మరియు విఫలతను స్వీకరించడంలో మీకు సహాయపడే కొన్ని చిట్కాలను అందిస్తుంది.

1. ప్రమాదాలను తీసుకోవడం అంటే ఏమిటి?

ప్రమాదాలు పొందడం అంటే అనిశ్చితత్వాన్ని ఎదుర్కోవడం మరియు మీరు విఫలమయ్యే అవకాశం ఉన్నప్పటికీ కొత్త విషయాలను ప్రయత్నించడం. ఇది మీకు తెలియని కొత్త పనిని చేపట్టడం, మీ సుఖవంతమైన జోన్ నుండి బయటకు రావడం లేదా మీరు సాధించగల అత్యధికంగా చేరుకోవడానికి మిమ్మల్ని మీరు సవాలు చేసుకోవడం కావచ్చు.

2. ప్రమాదాలు పొందడం ఎందుకు ముఖ్యం?

ప్రమాదాలు పొందడం ముఖ్యం ఎందుకంటే ఇది మనల్ని పెరగడానికి మరియు అభివృద్ధి చెందడానికి అనుమతిస్తుంది. మనం ప్రమాదాలు తీసుకోకపోతే, మనం ఎప్పటికీ నేర్చుకోము మరియు ఎదగము. ప్రమాదాలు పొందడం మనల్ని మరింత ఆవిష్కరణలు చేయడానికి మరియు మన సామర్థ్యాలను పరీక్షించుకోవడానికి కూడా అనుమతిస్తుంది.

3. విఫలతను స్వీకరించడం అంటే ఏమిటి?

విఫలతను స్వీకరించడం అంటే విఫలతను అంగీకరించడం మరియు అది మీకు నేర్పించిన దాని నుండి నేర్చుకోవడం. విఫలత అనేది ప్రతి ఒక్కరి జీవితంలో భాగం, మరియు ఇది సరైనదే. విఫలం కాకుండా ఉండడానికి మేము ఎంత ప్రయత్నించినా, అది తప్పనిసరిగా జరుగుతుంది. ముఖ్యమైన విషయం ఏమిటంటే, మన విఫలాల నుండి నేర్చుకుని ముందుకు సాగాలి.

4. విఫలతను స్వీకరించడం ఎందుకు ముఖ్యం?

విఫలతను స్వీకరించడం ముఖ్యం ఎందుకంటే ఇది మనల్ని మరింత బలంగా మరియు తెలివిగా చేస్తుంది. మనం విఫలం అయినప్పుడు, మన తప్పుల నుండి నేర్చుకోవచ్చు మరియు మళ్లీ ప్రయత్నించడానికి మాకు మంచి అవకాశం ఉంటుంది. విఫలతను స్వీకరించడం మనల్ని మరింత పట్టుదలతో మరియు దృఢంగా చేస్తుంది.

భయం మరియు అనుమానాన్ని ఎలా అధిగమించాలి

భయం మరియు అనుమానం మనందరికీ ఉంటాయి. కానీ, అవి మన జీవితాలను నియంత్రించలేవు. భయం మరియు అనుమానాన్ని అధిగమించడానికి మనం కొన్ని మార్గాలు నేర్చుకుంటే, మన జీవితాల్లో ఎటువంటి సాధనలైనా సాధించవచ్చు.

భయం అంటే ఏమిటి?

భయం అనేది ఒక సహజమైన మానవ భావన. ఇది మనల్ని ప్రమాదం నుండి కాపాడడానికి ఒక రక్షణ వ్యవస్థ. కానీ, భయం అనేది మనల్ని వెనక్కి నెట్టే శక్తిగా కూడా మారవచ్చు. మనం భయానికి లొంగిపోతే, మన జీవితాల్లో మనం కోరుకున్న విషయాలను సాధించలేము.

అనుమానం అంటే ఏమిటి?

అనుమానం అనేది మన సామర్థ్యాలపై మనకు నమ్మకం లేకపోవడం. ఇది మనల్ని కొత్త విషయాలను ప్రయత్నించడం నుండి మరియు మన లక్ష్యాలను సాధించడం నుండి వెనక్కి నెట్టేస్తుంది.

భయం మరియు అనుమానాన్ని ఎలా అధిగమించాలి?

భయం మరియు అనుమానాన్ని అధిగమించడానికి కొన్ని మార్గాలు ఇక్కడ ఉన్నాయి:

- మీ భయాన్ని గుర్తించండి: భయం మరియు అనుమానాన్ని అధిగమించడానికి మొదటి

అడుగు, వాటిని గుర్తించడం. మీరు ఏమిటి భయపడుతున్నారో, ఎందుకు భయపడుతున్నారో తెలుసుకోండి.

- మీ భయానికి సవాలు చేయండి: మీరు మీ భయాన్ని గుర్తించిన తర్వాత, దానికి సవాలు చేయండి. మీ భయం నిరాధారమైనదని లేదా అంత భయంకరంగా లేదని మీకు చెప్పండి.

- చిన్న చిన్న అడుగులు వేయండి: మీరు మీ భయానికి సవాలు చేయాలనుకున్నప్పుడు, చిన్న చిన్న అడుగులు వేయండి. ఒకేసారి చాలా పెద్ద మార్పులు చేయాలని చూడకండి.

- మీకు నమ్మకం ఉండే వ్యక్తుల నుండి మద్దతు పొందండి: మీ భయాన్ని అధిగమించడానికి మీకు మద్దతు ఇవ్వగల వ్యక్తులను కనుగొనండి. వారు మీ బలహీనతలను అర్థం చేసుకుంటారు మరియు మీకు సహాయం చేయడానికి ప్రయత్నిస్తారు.

భయం మరియు అనుమానాన్ని అధిగమించడం సులభం కాదు. కానీ, అది అసాధ్యం కాదు. మీరు పైన చెప్పిన చిట్కాలను అనుసరిస్తే, మీ భయం మరియు అనుమానాన్ని అధిగమించి మీ లక్ష్యాలను సాధించగలరు.

ఎలా ఆత్మవిశ్వాసం మరియు పట్టుదలను పెంపొందించుకోవాలి

ఆత్మవిశ్వాసం మరియు పట్టుదల అనేవి విజయానికి అత్యవసరమైన రెండు గుణాలు. ఆత్మవిశ్వాసం మన సామర్ధ్యాలను నమ్మడానికి మరియు మన లక్ష్యాలను సాధించేందుకు మాకు సహాయపడుతుంది. పట్టుదల మనం ఎదుర్కొనే సవాళ్లను అధిగమించడానికి మరియు విఫలమైనా ముందుకు సాగడానికి మాకు సహాయపడుతుంది.

ఈ వ్యాసం ఆత్మవిశ్వాసం మరియు పట్టుదలను పెంపొందించుకోవడానికి మీకు సహాయపడే కొన్ని చిట్కాలను అందిస్తుంది.

1. మీ బలాలను గుర్తించండి

మీ బలాలను గుర్తించడం ఆత్మవిశ్వాసం పెంపొందించుకోవడానికి మొదటి అడుగు. మీరు ఏమిటి బాగా చేయగలరు? మీకు ఏమి ఆసక్తులున్నాయి? మీ బలాలను గుర్తించిన తర్వాత, వాటిపై దృష్టి పెట్టండి మరియు వాటిని అభివృద్ధి చేయండి.

2. సానుకూల ఆలోచనా విధానాన్ని అలవర్చుకోండి

మీ ఆలోచనా విధానం మీ ఆత్మవిశ్వాసానికి చాలా ముఖ్యమైనది. మీరు ఎల్లప్పుడూ ప్రతికూలంగా ఆలోచిస్తే, మీ ఆత్మవిశ్వాసం తగ్గుతుంది. సానుకూలంగా ఆలోచించడం నేర్చుకోవడానికి ప్రయత్నించండి. మీరు చేయగల సానుకూల

అంశాలపై దృష్టి పెట్టండి మరియు ప్రతికూల ఆలోచనలను వదిలించుకోండి.

3. సవాలును స్వీకరించండి

మీకు సవాలుగా ఉన్న విషయాలను ప్రయత్నించడానికి భయపడవద్దు. సవాలును స్వీకరించడం మీ ఆత్మవిశ్వాసాన్ని పెంపొందించడానికి మరియు మీ సామర్థ్యాలను పరీక్షించుకోవడానికి గొప్ప మార్గం.

4. విఫలత నుండి నేర్చుకోండి

విఫలత అనేది ప్రతి ఒక్కరి జీవితంలో భాగం. మీరు విఫలమైనా, దాని నుండి నేర్చుకుని ముందుకు సాగాలి. మీ తప్పుల నుండి నేర్చుకోవడం ద్వారా, మీరు మరింత బలంగా మరియు తెలివిగా మారవచ్చు.

5. పట్టుదలతో ఉండండి

విజయానికి ఎప్పుడూ కష్టపడి పట్టుదలతో ఉండాల్సి ఉంటుంది. మీరు వెంటనే విజయం సాధించకపోయినా, మీ లక్ష్యాలను సాధించడానికి కష్టపడి పనిచేయడం కొనసాగించండి.

దుర్భర పరిస్థితులలో కూడా నిలబడటం

దుర్భర పరిస్థితులు మనందరి జీవితాల్లో వస్తాయి. కానీ, అవి మనల్ని ఓడించవు. మనం దుర్భర పరిస్థితులలో కూడా నిలబడి, మన లక్ష్యాలను సాధించవచ్చు. కానీ, అందుకు మనం కొన్ని విషయాలు నేర్చుకోవాలి.

దుర్భర పరిస్థితులు అంటే ఏమిటి?

దుర్భర పరిస్థితులు అనేవి మనల్ని సవాలు చేసే మరియు మనల్ని వెనక్కి నెట్టే పరిస్థితులు. ఇవి ఏమిటైనా కావచ్చు: ఆర్థిక ఇబ్బందులు, ఆరోగ్య సమస్యలు, ప్రియమైన వ్యక్తులను కోల్పోవడం, వైఫల్యాలు, విమర్శలు మొదలైనవి.

దుర్భర పరిస్థితులలో ఎందుకు నిలబడాలి?

దుర్భర పరిస్థితులలో నిలబడడం చాలా ముఖ్యం. ఎందుకంటే, అవి మనల్ని బలంగా చేస్తాయి. అవి మనకు మన సామర్థ్యాల గురించి తెలుసుకునే అవకాశం ఇస్తాయి. అవి మనకు మన జీవితాలపై నియంత్రణ ఉందని అనిపించేలా చేస్తాయి.

దుర్భర పరిస్థితులలో ఎలా నిలబడాలి?

దుర్భర పరిస్థితులలో నిలబడటానికి కొన్ని మార్గాలు ఇక్కడ ఉన్నాయి:

- మీ భావాలను అంగీకరించండి: మీరు దుర్భర పరిస్థితులలో ఉన్నప్పుడు, మీ భావాలను అంగీకరించడం చాలా ముఖ్యం. మీరు

బాధగా, కోపంగా, నిరాశగా, భయంగా ఉండవచ్చు. ఈ భావాలను అణచివేయకండి. వాటిని అనుభవించండి మరియు వాటి నుండి నేర్చుకోండి.

- మీ లక్ష్యాలను గుర్తుంచుకోండి: మీరు ఎందుకు దుర్భర పరిస్థితులను ఎదుర్కొంటున్నారో గుర్తుంచుకోండి. మీకు స్పష్టమైన లక్ష్యాలు ఉంటే, దుర్భర పరిస్థితులను అధిగమించడానికి మీకు మరింత బలం లభిస్తుంది.

- చిన్న చిన్న అడుగులు వేయండి: మీ లక్ష్యాలను చిన్న చిన్న అడుగులుగా విభజించండి. ఇలా చేయడం ద్వారా, మీరు దుర్భర పరిస్థితులను అధిగమించడానికి మరింత సులభంగా ఉంటుంది.

- మద్దతు కోసం చూడండి: మీకు మద్దతు ఇవ్వగల వ్యక్తులను కనుగొనండి. వారు మీ బాధను అర్థం చేసుకుంటారు మరియు మీకు సహాయం చేయడానికి ప్రయత్నిస్తారు.

దుర్భర పరిస్థితులలో నిలబడడం సులభం కాదు. కానీ, అది అసాధ్యం కాదు. మీరు పైన చెప్పిన చిట్కాలను అనుసరిస్తే, దుర్భర పరిస్థితులను అధిగమించి మీ లక్ష్యాలను సాధించగలరు.

Chapter 5: మీ జీవితాన్ని ఉత్తమంగా జీవించడం

ఎలా ఒక జీవితాన్ని సృష్టించాలి?

మీరు ప్రేమించే జీవితాన్ని సృష్టించుకోవడానికి అనేక మార్గాలు ఉన్నాయి. కానీ, ప్రారంభించడానికి కొన్ని ప్రాథమిక దశలు ఇక్కడ ఉన్నాయి:

1. మీ ప్రాధాన్యతలను గుర్తించండి. మీకు ఏది ముఖ్యమో తెలియకపోతే, మీరు ప్రేమించే జీవితాన్ని సృష్టించుకోవడం కష్టం. మీ విలువలు, ఆసక్తులు మరియు లక్ష్యాల గురించి ఆలోచించండి. మీ సమయం మరియు శక్తిని మీకు ఏది ముఖ్యమో అతికి కేటాయించాలని నిర్ణయించండి.

2. మీ లక్ష్యాలను నిర్దేశించండి. మీరు మీ జీవితంలో ఏమి సాధించాలనుకుంటున్నారు? మీరు ఏమి కావాలనుకుంటున్నారు? మీరు చేయాలనుకునే పని ఏమిటి? మీరు ఏమి అనుభూతి చెందాలనుకుంటున్నారు? మీ లక్ష్యాలు స్పష్టంగా, కొలవగలిగినవి, సాధించగలవి, సంబంధిత మైనవి మరియు సమయబద్ధంగా ఉండేలా చూసుకోండి.

3. ఒక ప్రణాళికను రూపొందించండి. మీ లక్ష్యాలను సాధించడానికి మీరు ఏమి చేయాలి? మీ ప్రణాళిక చిన్న, సాధించగల దశలను కలిగి ఉండాలి. ప్రతి దశకు

ఒక గడువును సెట్ చేయండి మరియు మీ ప్రగతిని ట్రాక్ చేయండి.

4. చర్య తీసుకోండి. మీ ప్రణాళికను అమలు చేయండి. మీ లక్ష్యాలను సాధించడానికి ప్రతి రోజు చిన్న చిన్న చర్యలు తీసుకోండి. మీరు ఎదురుదెబ్బలు ఎదుర్కొన్నప్పుడు, వదులుకోవద్దు. బదులుగా, నేర్చుకోండి మరియు మళ్ళీ ప్రయత్నించండి.

ప్రేమించే జీవితాన్ని సృష్టించుకోవడానికి సమయం మరియు కృషి అవసరం. కానీ, ఇది సాధ్యమే. మీరు మీ ప్రాధాన్యతలను గుర్తించి, మీ లక్ష్యాలను నిర్దేశించి, ఒక ప్రణాళికను రూపొందించి మరియు చర్య తీసుకుంటే, మీరు మీ కలల జీవితాన్ని సృష్టించుకోవచ్చు.

ఇక్కడ కొన్ని అదనపు చిట్కాలు ఉన్నాయి:

- మీ చుట్టూ సానుకూల వ్యక్తులతో మిమ్మల్ని చుట్టుముట్టండి. మీరు ప్రేమించే జీవితాన్ని సృష్టించుకోవడంలో మీకు మద్దతు ఇచ్చే వ్యక్తులతో సమయం గడపండి.

- మీ కోసం సమయం తీసుకోండి. మీకు ఇష్టమైన పనులు చేయడానికి ప్రతిరోజూ కొంత సమయాన్ని కేటాయించండి. ఇది మీ ఆరోగ్యాన్ని, శ్రేయస్సును మెరుగుపరుస్తుంది మరియు మీ జీవితాన్ని మరింత ఆనందంగా చేస్తుంది.

- చాలా ఆలోచించడం మానేసి, జీవితాన్ని ఆస్వాదించండి. ప్రతిరోజుకు కృతజ్ఞతలు చెప్పండి మరియు మీకు ఉన్న దానిని అభినందించండి. చిన్న

విషయాలను ఆస్వాదించండి మరియు ప్రతి క్షణాన్ని చాలావరకు ఉపయోగించండి.

లక్ష్యాలు మరియు కలలను సాధించడం ఎలా

ప్రతి మనిషికీ తన జీవితంలో సాధించాలనుకునే కొన్ని లక్ష్యాలు మరియు కలలు ఉంటాయి. అవి చిన్నవి కావచ్చు, పెద్దవి కావచ్చు. కానీ వాటిని సాధించడం సులభం కాదు. కష్టపడి పనిచేయాలి, అంకితభావంతో ఉండాలి, అడ్డంకులకు భయపడకూడదు.

లక్ష్యాలు మరియు కలలను సాధించడానికి కొన్ని సూచనలు ఇక్కడ ఉన్నాయి:

1. మీ లక్ష్యాలను స్పష్టంగా నిర్వచించండి. మీరు ఏమి సాధించాలనుకుంటున్నారో మీకు తెలియకపోతే, అక్కడికి చేరుకోవడం కష్టం. కాబట్టి, మీరు ఏమి సాధించాలనుకుంటున్నారో స్పష్టంగా నిర్వచించండి. మీ లక్ష్యాలు సాధించదగినవి, కొలవగలిగినవి, సమయానికి కట్టుబడినవి, నిర్దిష్టమైనవి మరియు సంబంధితంగా ఉండాలి.

2. మీ లక్ష్యాలను విడగొట్టండి. మీ లక్ష్యాలు పెద్దవిగా మరియు భయంకరంగా ఉంటే, వాటిని చిన్న, సాధించదగిన దశలుగా విడగొట్టండి. ఇది మీకు మరింత సాధ్యమయ్యేదిగా చేస్తుంది మరియు మీరు పురోగతి సాధిస్తున్నట్లు భావించడానికి సహాయపడుతుంది.

3. చర్య తీసుకోండి. మీ లక్ష్యాలను సాధించడానికి, మీరు చర్య తీసుకోవాలి. ప్రతిరోజూ మీ లక్ష్యం వైపు ఒక అడుగు వేయండి, అంతే చాలు.

4. మంచి అలవాట్లు పెంపొందించుకోండి. మంచి అలవాట్లు మీ లక్ష్యాలను సాధించడంలో మీకు

సహాయపడతాయి. ఉదాహరణకు, మీరు ఉదయం ఇ్ష్తి లేవడం, వ్యాయామం చేయడం, ఆరోగ్యకరమైన ఆహారం తినడం, క్రమం తప్పకుండా పనిచేయడం వంటి మంచి అలవాట్లను పెంపొందించుకోవచ్చు.

5. ప్రతికూల ఆలోచనలను తరిగొట్టండి. ప్రతికూల ఆలోచనలు మీ లక్ష్యాలను సాధించకుండా మిమ్మల్ని నిరోధించగలవు. కాబట్టి, ప్రతికూల ఆలోచనలను తరిగొట్టి, సానుకూల ఆలోచనలను పెంచుకోండి.

6. మిమ్మల్ని మీరు నమ్మండి. మీరు మీ లక్ష్యాలను సాధించగలరని నమ్మండి. మీకు మీ సామర్థ్యాలపై నమ్మకం ఉంటే, మీరు సాధించలేనిది ఏదీ లేదు.

7. మిమ్మల్ని మీరు చుట్టుముట్టే వ్యక్తులను జాగ్రత్తగా ఎంచుకోండి. మీ లక్ష్యాలను సాధించడానికి మిమ్మల్ని ప్రోత్సహించే మరియు మద్దతు ఇచ్చే వ్యక్తులతో మిమ్మల్ని చుట్టుముట్టండి. ప్రతికూలతను వ్యాపించే వ్యక్తులకు దూరంగా ఉండండి.

వ్యక్తిగత మరియు వృత్తి జీవితాన్ని సమతుల్యం చేయడం ఎలా

వ్యక్తిగత మరియు వృత్తి జీవితాన్ని సమతుల్యం చేయడం అనేది చాలా మందికి కష్టమైన పని. మనం తరచుగా మన వృత్తికి ఎక్కువ సమయం కేటాయించి, మన వ్యక్తిగత జీవితాన్ని నిర్లక్ష్యం చేస్తాము. లేదా మన వ్యక్తిగత జీవితానికి ఎక్కువ సమయం కేటాయించి, మన వృత్తిని నిర్లక్ష్యం చేస్తాము.

కానీ, వ్యక్తిగత మరియు వృత్తి జీవితాన్ని సమతుల్యం చేయడం సాధ్యమే. ఇది కొంత ప్రయత్నం మరియు క్రమశిక్షణ అవసరం, కానీ ఇది విలువైనది.

వ్యక్తిగత మరియు వృత్తి జీవితాన్ని సమతుల్యం చేయడానికి ఇక్కడ కొన్ని చిట్కాలు ఉన్నాయి:

- మీ ప్రాధాన్యతలను గుర్తించండి. మీకు ఏది ముఖ్యమో తెలియకపోతే, మీ వ్యక్తిగత మరియు వృత్తి జీవితాన్ని సమతుల్యం చేయడం కష్టం. మీ విలువలు, ఆసక్తులు మరియు లక్ష్యాల గురించి ఆలోచించండి. మీ సమయం మరియు శక్తిని మీకు ఏది ముఖ్యమో అతికి కేటాయించాలని నిర్ణయించండి.

- మీ సరిహద్దులను నిర్దేశించండి. మీ వ్యక్తిగత మరియు వృత్తి జీవితానికి మధ్య స్పష్టమైన సరిహద్దులను నిర్దేశించండి. ఉదాహరణకు, మీరు పని గంటల తర్వాత మీ ఇమెయిల్ చదవరు లేదా మీ వారాంతాల్లో ఉద్యోగ సంబంధిత పనులు చేయరని నిర్ణయించవచ్చు. లేదా,

మీ పని సమయంలో మీ వ్యక్తిగత సోషల్ మీడియా ఖాతాలను తనిఖీ చేయవచ్చు.

- కొన్ని "నా కోసం" సమయాన్ని తీసుకోండి. ప్రతిరోజూ కొంత సమయాన్ని కేటాయించండి మరియు మీకు ఇష్టమైన పనులు చేయండి. ఇది చదవడం, వ్యాయామం చేయడం, స్నేహితులతో మరియు కుటుంబ సభ్యులతో సమయం గడపడం లేదా విశ్రాంతి తీసుకోవచ్చు.

- "లేదు" అని చెప్పడానికి నేర్చుకోండి. మీరు ప్రతిదానికి అంగీకరించాల్సిన అవసరం లేదు. మీరు అతిగా నిమగ్నమై ఉన్నట్లయితే లేదా మీకు సమయం లేకపోతే, "లేదు" అని చెప్పడానికి భయపడకండి.

- ఒక మద్దతు వ్యవస్థను కలిగి ఉండండి. మీ కుటుంబం మరియు స్నేహితులు మీ వ్యక్తిగత మరియు వృత్తి జీవితాన్ని సమతుల్యం చేయడంలో మీకు సహాయపడవచ్చు. వారు మీకు మద్దతు ఇస్తారు మరియు మీరు సమతుల్యతను కోల్పోతున్నట్లు అయితే మీకు చెబుతారు.

ఆరోగ్యం మరియు శ్రేయస్సును కాపాడుకోవడం ఎలా

ఆరోగ్యం మరియు శ్రేయస్సు మన జీవితాల్లో చాలా ముఖ్యమైనవి. మనం ఆరోగ్యంగా మరియు సంతోషంగా ఉన్నప్పుడు, మన జీవితాలను పూర్తిగా ఆస్వాదించగలం. కానీ ఆరోగ్యం మరియు శ్రేయస్సును కాపాడుకోవడం అంత సులభం కాదు. కొన్ని చిన్న చిన్న మార్పులు చేయడం ద్వారా మన ఆరోగ్యం మరియు శ్రేయస్సును కాపాడుకోవచ్చు.

ఆరోగ్యకరమైన ఆహారం తినండి

మన ఆరోగ్యానికి ఆహారం చాలా ముఖ్యమైన పాత్ర పోషిస్తుంది. ఆరోగ్యకరమైన ఆహారం తినడం ద్వారా మన శరీరానికి అవసరమైన పోషకాలను అందించి, అనారోగ్యాలకు దూరంగా ఉండగలం. ఆరోగ్యకరమైన ఆహారంలో పండ్లు, కూరగాయలు, తృణధాన్యాలు, ప్రోటీన్లు మరియు ఆరోగ్యకరమైన కొవ్వులు ఉండాలి. ప్రాసెస్ చేసిన ఆహారాలు, చక్కెర మరియు కొవ్వులు ఎక్కువగా ఉండే ఆహారాలను తినడం తగ్గించాలి.

క్రమం తప్పకుండా వ్యాయామం చేయండి

వ్యాయామం మన శారీరక ఆరోగ్యానికి మాత్రమే కాకుండా, మన మానసిక ఆరోగ్యానికి కూడా మంచిది. వ్యాయామం చేయడం ద్వారా మన రోగనిరోధక శక్తిని పెంచుకోవచ్చు, గుండె ఆరోగ్యాన్ని మెరుగుపరచుకోవచ్చు, మధుమేహం మరియు క్యాన్సర్ వంటి దీర్ఘకాలిక వ్యాధుల ప్రమాదాన్ని తగ్గించుకోవచ్చు. వారానికి కనీసం 150 నిమిషాల మోడరేట్-ఇంటెన్సిటీ వ్యాయామం లేదా 75 నిమిషాల అధిక-ఇంటెన్సిటీ వ్యాయామం చేయాలని నిపుణులు సిఫార్సు చేస్తున్నారు.

మంచి నిద్ర పొందండి

నిద్ర మన ఆరోగ్యానికి చాలా ముఖ్యమైనది. మనం మంచి నిద్ర పొందకపోతే, మన శరీరం మరియు మనస్సు సరిగ్గా పనిచేయవు. అలసట, ఏకాగ్రత లేకపోవడం, చిరాకు, తీవ్రమైన ఆరోగ్య సమస్యలు వంటి సమస్యలు రావచ్చు. అందువల్ల, రాత్రికి 7-8 గంటలు నిద్ర పొందాలి.

ప్రతికూల ఒత్తిడిని నిర్వహించండి

ఒత్తిడి మన ఆరోగ్యానికి హానికరం. ప్రతికూల ఒత్తిడి మన రోగనిరోధక శక్తిని తగ్గిస్తుంది, గుండె ఆరోగ్యాన్ని దెబ్బతీస్తుంది, జీర్ణ సమస్యలు వంటి అనేక ఆరోగ్య సమస్యలకు దారితీస్తుంది. అందువల్ల, ప్రతికూల ఒత్తిడిని నిర్వహించడం చాలా ముఖ్యం. యోగా, ధ్యానం, వ్యాయామం, ప్రకృతితో సమయం గడపడం వంటి వివిధ పద్ధతుల ద్వారా ప్రతికూల ఒత్తిడిని నిర్వహించవచ్చు.

ప్రపంచంపై సానుకూల ప్రభావాన్ని ఎలా చేయాలి

ప్రపంచంపై సానుకూల ప్రభావాన్ని చేయాలనుకునే అనేక మార్గాలు ఉన్నాయి. మీరు మీ సమయం, నైపుణ్యాలు లేదా డబ్బును విరాళంగా ఇవ్వవచ్చు. మీరు వలంటీర్‌గా పనిచేయవచ్చు లేదా మీ స్వంత సామాజిక సంస్థను ప్రారంభించవచ్చు.

మీరు ఏ మార్గం ఎంచుకున్నా, మీరు ప్రపంచంలోని మార్పును చేయవచ్చు. ఇక్కడ కొన్ని చిట్కాలు ఉన్నాయి:

- మీ ప్రాధాన్యతలను గుర్తించండి. మీకు ఏది ముఖ్యమో తెలియకపోతే, ప్రపంచంపై సానుకూల ప్రభావాన్ని ఎలా చేయాలనే దాని గురించి నిర్ణయించడం కష్టం. మీరు ఏ కారణాలు లేదా అంశాలకు మద్దతు ఇవ్వాలనుకుంటున్నారు? మీరు ఏ సమస్యలను పరిష్కరించాలనుకుంటున్నారు? మీరు ఏ మార్పును చూడాలనుకుంటున్నారు?

- మీ నైపుణ్యాలను మరియు అనుభవాన్ని ఉపయోగించండి. మీకు ఏమి చేయాలనుందో తెలిసిన తర్వాత, మీ నైపుణ్యాలను మరియు అనుభవాన్ని ఉపయోగించి మీరు ఎలా సహాయపడవచ్చో ఆలోచించండి. ఉదాహరణకు, మీరు న్యాయవాది అయితే, మీరు ఉచిత చట్టపరమైన సేవలను అందించవచ్చు. మీరు డాక్టర్ అయితే, మీరు వలంటీర్‌గా పనిచేయవచ్చు లేదా ఉచిత వైద్య శిబిరాలను నిర్వహించవచ్చు.

- సరైన సంస్థను కనుగొనండి. మీరు మీ సమయాన్ని, నైపుణ్యాలను లేదా డబ్బును విరాళంగా

ఇవ్వాలనుకుంటే, మీరు సరైన సంస్థను ఎంచుకోవడం ముఖ్యం. సంస్థ యొక్క మిషన్ మరియు విలువలను పరిశోధించండి మరియు మీరు మీ విరాళాన్ని చేయాలనుకుంటున్నారని నిర్ధారించుకోండి.

- మీ స్వంత సామాజిక సంస్థను ప్రారంభించండి. మీరు మీ స్వంత సామాజిక సంస్థను ప్రారంభించడానికి కూడా ఎంచుకోవచ్చు. ఇది ఎక్కువ కృషి అవసరం అయినప్పటికీ, మీరు మీ స్వంత సంస్థను ప్రారంభించినట్లయితే మీరు మీ ప్రభావాన్ని పెంచుకోవచ్చు.